கவிதை படிக்கலாமா?

வி.எஸ்.ரோமா

Copyright © V. S. Roma
All Rights Reserved.

ISBN 978-1-63873-388-1

This book has been published with all efforts taken to make the material error-free after the consent of the author. However, the author and the publisher do not assume and hereby disclaim any liability to any party for any loss, damage, or disruption caused by errors or omissions, whether such errors or omissions result from negligence, accident, or any other cause.

While every effort has been made to avoid any mistake or omission, this publication is being sold on the condition and understanding that neither the author nor the publishers or printers would be liable in any manner to any person by reason of any mistake or omission in this publication or for any action taken or omitted to be taken or advice rendered or accepted on the basis of this work. For any defect in printing or binding the publishers will be liable only to replace the defective copy by another copy of this work then available.

பொருளடக்கம்

1. அத்தியாயம் 1 — 1
நான் — 21

அத்தியாயம் 1

உன் முன்னால் இருக்கும் தடைகளை தகர்த்தெரிந்து
வெளியில் வா!!
கரடு முரடான பாதைகளை கனிவுடனே கடந்து சென்றாள்
வெற்றியின் இலக்கை அடையலாம்
சிறுதுளி பெருவெள்ளம்
உன்னுடைய சிறு முயற்சியும் உன்னை வெற்றி என்னும் உயர்ந்த
நிலை
இதுவும் கடந்து போகும் என்று தெளிவாக வா மகளே

ஈடுபாட்டுடன் மனதை ஒரு நிலைப்படுத்தி முன்னேறு
தகவென சிவப்பு நிற பந்தொன்று
கிழக்கினிலே உதித்து வரும்...
மாலையிலோ நிலவு கண்டு மயங்கி
மேற்கே சென்று ஒளிந்து கொள்ளும்...
மறைந்திடும் மாயமும் ..
தோன்றிடும் மாயமும்..
இயற்கை தந்த வரமன்றோ!
உடலை ஆரோக்யமாக வைப்பது

அரசன் முதல் ஆண்டிவரை உண்ட கனிகள்
பழந்தமிழர் காலந்தொட்டு
பண்பாட்டை சொல்லிய கனிகள்
விருந்துகளில் இடம் பிடித்தது
வேண்டிய கடவுளுக்கு படையலிட்டது

மங்கள நிகழ்வுகளிலும்
மரியாதை நிமித்தமாகவும்
அலங்கார கடைகளில் நிரப்பி
பரிசும் பாராட்டும் தரப்பட்டது

கவலைகளையெண்ணி
கண்ணீர் சிந்தும்
கண்களைவிட,
கவலைகள் யாருக்கும்
தெரிந்துவிடக் கூடாது
என்று சிரிக்கும்
உதடுகளுக்கு வலி அதிகம்.

சில நேரங்களில் நாம்
எடுக்கும் பிழையான
முடிவுகள் நம்மை
சரியான பாதையில்
பயணிக்க கற்றுக்
கொடுக்கின்றன.

எதுவும் புரியாத போது
வாழ்க்கை தொடங்குகின்றது
எல்லாம் புரியும் போது
வாழ்க்கை முடிகின்றது.

சுமை இருந்தால் தான் விவசாயிகளின் உள்ளத்திலும் மகிழ்ச்சி பொங்கும்.
ஏனென்றால் விவசாயிகள் பயிரிட்டு அதனை அனைவருக்கும் உணவாக கொடுக்கின்றனர் அல்லவா!
அவ்வாறு பயிரிடும் போது அது காய்ந்து விட்டால் மகிழ்ச்சி இல்லாமல் போய்விடும் தானே.
பசுமையானது உண்டாவது எவ்வாறென்றால் நீர் இருப்பதனாலேயே.

எனக்கு
பிடித்ததைவிட
உனக்கு
பிடித்தவைகளையே
மனமும் விரும்பி
ரசிக்கின்றது

வெற்றிடம் என்பதே
கிடையாது
நீ வேரூன்றி
போனதால் உள்ளத்திலும்

அருகில் இருப்பதால்
அன்பு அதிகரிப்பதும் இல்லை
தொலைவில் இருப்பதால்

கவிதை படிக்கலாமா?

அன்பு குறைவதுமில்லை
அன்பு மட்டும் தான்
உலகில் நிரந்தரமானது
அதை உண்மையாக்குவதும்
பொய்யாக்குவதும்
நாம் நேசிப்பவரிடம்
மட்டுமே உள்ளது

எனக்குள் வாழ்ந்து கொண்டு எனக்காய் துடிக்கும் உனது நட்பின் ஆழம் கண்டு கண்ணீர் வடிக்கிறேன் என் அருகில் நீ இல்லை என..

நிலா
தேய்வதால்
வானம் வருத்தப்படுவதில்லை...

பூக்கள்
உதிர்வதால் செடிகள்
புலம்புவதுமில்லை...

உனக்காவே பிறந்த நான் இறைவனிடம் வரம் கேட்டால் உன்-
னோடு வாழ்ந்து உன்னில் இறந்துபோக வேண்டுமெனக் கேட்பேன்

கடல்,
காற்று தருகிறது
அலை தருகிறது
நுரை தருகிறது

படிக்காமலே நினைவாகி விட்டது உன் நினைவுகள்.
சிறை வாழ்க்கை என்றாலும் ஆயுள் கைதியாக இருப்பேன். சிறை உன் இதயம் என்றால்.

நம்மை சுற்றி ஆயிரம் உறவுகள் கிடந்தாலும் விரும்பிய உறவை நம்பி ஏமாந்த மனதுக்கு தீர்வு என்பது தனிமை மட்டுமே.

நீ பிறக்கும்போது தமையில் தான் பிறக்கிறாய் இறக்கும்போதும் தனிமையிலே இறக்கப்போகிறாய் எனவே இந்த இரண்டுக்கும் இடைப்பட்ட இந்த வாழ்க்கையை உன் உறவுகளோடு கொண்டாடி விடு.

காதல் மட்டும் வாழ்க்கை அல்ல என்பது எனக்கு தெரியும் ஆனால் என்ன செய்ய கடைசியில் என்னையும் அவள் கண் பார்வைகளில் மயக்கி என் வாழ்க்கையை அபகரித்து விட்டா ள்.

மனதில் அன்பு இருந்தாலே போதும் எதுவும் சாத்தியமே. கடின-மான இதயம் கூட கரையும் அன்பை மழையாய் பொழியும் போது
.

உலகில் அனைவரின் மனதையும் உள்ளதை உள்ளபடி காட்டும் கண்ணாடி போல செய்திருந்தால் சில நேசங்களிடம் நாம் பாசங்-

கள் காட்ட தேவைகள் இருந்திருக்காது.

ஏழையின் சிரிப்பில் இறைவனை காண்கிறோமோ இல்லையோ அதிசயமாய் விளங்கும் மழையின் கருணையினால் நாம் மன மகிழ்ச்சியுடன் வாழ்கிறோம்.
பத்து வேலைகளையும் ஒரே நேரத்தில் அரைகுறையாக செய்-வதை தவிர்த்து ஒரே வேலையை முழுமனத்தோடும் கருத்தோடும் செய்யலாம்.

சொந்தங்கள் உறவு கொள்ள பலர் இருந்தும் இல்லாது போல தோன்றும், வாழ்க்கை என்னும் வட்டப்பாதை வெற்றிடமாக மனது உணரும்,
அனைத்து விஷயங்களிலும் சுவாரசியம் என்ற ஒன்று இல்லாமல் நடைப்பிணமாக உன்னுள் வேதனைப்படும் மனநோய் தான் இந்த "தனிமை".

இயற்கையின் வனப்பினிலே
இறைவனை கண்டு விட்டேன்.

இயன்றவரை போராடி விட்டேன் உன் இதயத்தில் இடம் பிடிக்க
உன் மனம் இளகாத வார்த்தைகளின் விடையால்
இனி வரும் காலங்களில் உன் பிரிவு மழையில்
நனைய ஆயத்தம் ஆகி விட்டேன் என்றும் முற்றுப்பெறா உன் நினைவுகளின் துணையுடன்

தனிமையே பல பாடங்களை
கற்றுத் தருமனால்.. நான்
என் வாழ்நாள் முழுவதையும்
தனிமையிலே வாழ
விரும்புகின்றேன்

வாழ்க்கையில் தனிமையில்
இருக்கவும் கற்றுக் கொள்ளுங்கள்..
நம்முடன் இறுதி வரை
யாரும் வரப்போவதில்லை.

ஆழமான பல சிந்தனைகளையும், அழுத்தமான பல முடிவுக-
ளையும் எடுக்க மன உறுதியை வளர்த்தெடுத்தது என் தனிமை
உலகம்.

அறுத்து எடுக்க மனிதனில்லை
துளிர்த்திருக்க மழையுமில்லை
காய்ந்துபோன
கடைசி மரம்..,

சத்தம் இல்லாத தனிமை பொழுதில் யுத்தம் செய்யும் மனதின்
நினைவு.
உண்மையான ஒரு அன்புக்காய் மட்டும்..... யாசிக்கின்றேன்!!
இது கவிதை சொல்லும் கவிதையல்ல...!
கற்பனைகளின் கதையுமல்ல...!!
தனிமை எனும் கொடுமைக்குள்...

யாருமில்லாத் தீவினிலே
நான்மட்டும் தனிமையிலே
இருள்சூழ்ந்து கொள்ளுதடா
பயம் வந்து அள்ளுதடா

வண்மாய் மனிதனையும் வாசமாக அன்பையும் கொண்டு இறை-
வன் வரைந்தான் அழகிய ஓவியமாய் இந்த உலகை!
அழகிய கவிஞனாய் கலைஞனாய் ரசனை கொண்ட படைப்பாய்
படைத்தான்!

அன்பு ஒளிரும் இடத்தில்
கடவுளை பார்க்கலாம்..
கடவுள் உன் உருவிலும் தெரியலாம்..
நீ அன்பு செய்தால்.

கல்லறை கூட அழகாகத் தெரியும்
உண்மையான அன்பு அங்கு
உறங்கும் போது..
உன் அன்பில் உறங்க ஆசை
விடியும் வரை அல்ல..
உயிர் பிரியும் வரை

இதயம் துடிப்பது
நின்றால் மட்டும்
மரணம் அல்ல சில
அன்பான இதயங்களின்
பேச்சு நின்றால் கூட

மரணம் தான்.

வேசம் போடும் நம் உறவுகள்
நமக்கு காயம் ஆன பின்னர் தான் மாயம் ஆவர்கள்
அதிலிருந்து..! அவர்கள் மொழியின் பொருள் புரியும் முன்னே
நம் கண்ணை கலங்க வைத்துவிடுவார்கள்.

உண்மை என்று நினைப்பது
எல்லாம் இறுதியில் பொய்யாக
இருப்பதை கண்டேன்...
உன் அன்பை போல...

வாழத் தெரியாமல்
வாழ்கையில் தோற்றவர்கள்
எல்லோரும்
இங்கே
மூடன் தானடா

மனதில் அன்பு இருந்தாலே போதும் எதுவும் சாத்தியமே. கடினமான இதயம் கூட கரையும் அன்பை மழையாய் பொழியும் போது
.

வாழ்க்கையில் நிம்மதி தேவை
என்றால்.. நிச்சயம்
ஞாபகமறதி அவசியம்..

மனக்கவலை தீரவே தீரா
மாண்புடன் வாழ்ந்து காட்டவே
வள்ளுவன் உயர்வழியை
வாழ்வியலை இருத்தலாமே.
நன்றி எனும் வார்த்தை
எவ்வளவு சின்னது
என்று புரிய வைத்த
உங்கள் அன்பிற்கு
கோடானுகோடி

வானம் அளவுக்கு என் அன்பு உன் மீது என்றால்
கடல் அளவுக்கு உன் மீது நான் கொ சிந்திக்க தெரியாத நிமி-
டங்கள், வாழ்க்கையின் மீளா துயரங்கள், அனைத்து வகையிலும்
ஏற்படும் ஏமாற்றங்கள் என கவலைகள் அனைத்தும் கண்விழிக்-
கும்
அந்த நடு இரவுகளில் நானும் நிலவும் சேர்ந்தே தேய்கிறோம்.

நெடுஞ்சாலைகள்
இது
மரங்களின் மரணத்துக்கு விரிக்கப்பட்ட

கறுப்புக் கம்பளங்கள்" கண்ணீரில்.
வெகுநாட்களாய்
தனிமையில் பயணிக்கிறேன்...
அப்பயணத்தில்
சிறிது நேரம் அச்சம்...
சிறிது நேரம் தயக்கம்....
சிறிது நேரம் உன் நினைவு...

கோர்த்துவைத்த நினைவுகளை
ஒவ்வொன்றாய் அசைபோட்டபடி
இனம்புரியா ஏக்கத்துடனே
பயணிக்கிறது மனது..

சுமைகளை இறக்கும் இடம் தனிமை ...
இனிமைகளை நினைக்கும் இடம் தனிமை .
தனிமை இல்லையேல் இனிமை இல்லை .
இனிமை இல்லையேல் தனிமை உண்டு

அனைவரையும் சிரிக்க வைத்து
ரசித்தவன் நான்.. என்னையும்
அழவைத்து ரசித்தது
வாழ்க்கை.

வலியும் வேதனையும் சொன்னால்
புரியாது.. அனுபவிப்பவனுக்கு
தான் தெரியும்..

வாழ்வில் வலிமையான வலிகள்
செய்யாத குற்றத்திற்காக
சுட்டிக்காட்டப்பட்ட வரிகள்

எந்த சூழ்நிலையிலும் உனக்கு
நீயே ஆறுதலும் தைரியமும்
சொல்லும் பக்குவம் உனக்கு
இருந்தால் வாழ்க்கையில்
எதையும் கடந்து போகலாம்.

வாழ்க்கையில் நமக்கு பிடித்தது எல்லாம் கிடைப்பது இல்லை..
கிடைத்த எல்லாவற்றையும் பிடித்தது போல் மாற்றி அமைக்கவும்
முடியாது.. ஆனாலும் தொடர்ந்து வாழ்ந்து கொண்டு தான்
இருக்கின்றோம்
பிடித்து போனதாக அடுத்தவர் மனதில் விதைக்காதீர்கள்.. பின்-
னொரு நாளில் முட்களாக குத்துவார்கள்.

கோபப்படு ஆனால்..
அதற்கு முன் அதை விட

மும்மடங்கு பொறுமையாக இரு..
பூமி கூட பொறுத்திருந்து தான்
பூகம்பத்தை வெளிப்படுத்துகின்றது

முடிக்க முடியும் என்ற
நம்பிக்கையும் முடிக்க வேண்டும்
என்ற கட்டாயமும் முடியாத
காரியத்தையும்
முடித்து வைக்கும்.

பெரும்பாலான சாதனைகள் சுலபமாக நடைபெற்று விட்டால்
முயற்சி என்ற சொல்லுக்கு பொருள் இல்லாமலேயே போய்
விடும்.

தடைகள் பல ஆயிரம் உன் கண்முன்னே தோன்றினாலும்
வழிகள் என்ற ஒன்றை கண்டறிந்து அதை உன் ஏணிப்படியாகி
தடைகளை கடந்து வெற்றி எனும் கனியை உன் முயற்சிக்கு
விருந்தாக்கு.

எதையும் பெரிதாக எடுத்து கொள்ளாதே
உன் மேல் ஒருவர் வைத்திருக்கும் உண்மையான
அன்பை தவிர.

என் தூக்கதில் புதைகுழி
தோண்டுபவன்

சோதனைகளை சாதனையாக்க
முயல்பவனுக்கே வேதனைகளும்
போதனைகளாக அமையும்.
சோதனைகளை கண்டு
பயந்து துவண்டு விடாமல்
அடுத்த அடியை
எடுத்து வையுங்கள்.

என்னைப்போல் நீயும்
உண்மையாக நேசிக்கிறாய்
என்றெண்ணினேன்...
நீ பேசும் வார்த்தையெல்லாம்
உண்மையென நம்பினேன்..
உதடுகளில் மட்டுமே
மன்னித்து விடுங்கள் உங்களை
ஏமாற்றியவர்களை ஆனால்
மறந்தும் கூட நம்பி விடாதீர்கள்
மறுபடியும் அவர்களை.

எவ்வளவு நம்பிக்கை வைத்தாலும்
துரோகம் முளைக்காத இடங்கள்
இரண்டு தான்.. ஒன்று தாயின் மடி..
இரண்டு இறைவன் அடி..

காலம் என்பது கண்ணீரை
மட்டுமல்ல காயங்களையும்
மாற்றும் கேள்விகளை
மட்டுமல்ல பதில்களையும்
மாற்றும்

காலம் கடந்து செல்கின்றேன்
யாவும் மாறும் என்ற
நம்பிக்கையில்..

காணாமல் போனவர்களை தேடலாம் அதில் சிறிதும் தவறு இல்லை.
ஆனால் கண்டும் காணாமல் போனவர்களை மட்டும் நீ தேடி விடாதே.
உன் தேடல்களில் அவர்கள் இல்லை என்று நினைத்துக்கொள்.

வாய்ப்புகள் என்பது எப்போதும் அமைவது இல்லை

உனக்கான நேரம் வரும்போதோ அல்லது சந்தர்ப்பம் அமையும்-
போது கி
டைத்த வாய்ப்பினை சரியாக பயன்படுத்தி முன்னேறுபவனே
இங்கு சாமர்த்தியசாலி ஆகிறான்.

உங்கள் மீது அன்பு
கொண்டவர்களை விட்டு
அதிக தூரம் சென்று விடாதீர்கள்.
திரும்பி வருவதற்கு நிச்சம்
பாதைகள் இருக்காது.

அளவுக்கு அதிகமான
அன்பை பிறரிடம் இருந்து
பெறவும் கூடாது கொடுக்கவும்
கூடாது இரண்டுமே
வலியைக் கொடுக்கும்.

பணம் உலகத்தையும் பல
உறவுகளையும் திரும்ப
பார்க்க வைக்கின்றது
சில குற்றங்களை மன்னிப்பதாலும்
பல குறைகளை மறப்பதாலும் தான்
இன்னும் உறவுகள் வாழ்கின்றன.

முடியும் வரை முயற்சி
செய்யுங்கள், உங்களால்
முடியும் வரை அல்ல
நீங்கள் நினைத்த காரியம்
முடியும் வரை முயற்சி
செய்யுங்கள்.

என்னென்னவோ எண்ணிட வைக்க
எண்ணிலடங்கா எமாற்றங்கள்
எம் எண்ணத்தை எடாகூடம் செய்ய
எண்ணியவைகள் எண்ணெயாய் வழுக்க
என்னமோ செய்து என்னை மாற்ற முயல
எண்ணிக்கை கூடியதே அன்றி
எண்ணியவை எவையும் ஈடேற வில்லை.

உலகமே
என்னை ஒதுக்கினாலும்
நான் ஒதுங்க
நிழல் கொடுக்கும்
உனது அரவணைப்பை
அனுதினமும் எதிர்பார்க்கிறேன்
வெறுத்து விடுகிறேன்
இறுதி வரை உறவுகள்
நிலைத்து நிற்பதில்லை ....

கோபத்தில் ஏமாற்றங்களில்
வலிகளில் என்னையே நான்
வெறுத்துவிடுகிறேன் மொத்தமாய் .

விண்ணில் இருந்து மண்ணை காக்க வேண்டி அவதரித்த அதிசய தேவனே "மழை".

எந்த செயல் செய்தபோதிலும் திறமை என்ற ஒன்றை மட்டும் வளர்த்து கொள்... உன்னிடம் பணம், பொருள் ஒன்றும் இல்லா-மல் இருந்தால் கூட
இந்த திறமையின் மூலம் ஜெயித்து விடலாம் வாழ்க்கையை ஒரு கை பார்த்து விடலாம்....

பாதை இல்லாத போதும்
உன் பாதங்களை பதிய வை...!
புதிய பாதை ஆகட்டும்..

நிம்மதி இருந்தால்
நிமிடம் கூட வீணகாது
நிம்மதி இல்லாவிட்டால்
நிமிடம் என்ன வாழ்நாளே
வீணாகி விடும்

பெரிய பெரிய
விசயங்களில் மட்டுமல்ல
சிறிய சின்னஞ்சிறிய
விசயங்களிலும் வாழ்க்கை
அடங்கியிருக்கிறது...

நான்

வாசகர்ளால் நான்

வாசகர்களுக்காக நான்

முற்போக்கு எழுத்தாளர் வி.எஸ்.ரோமா - கோயம்புத்தூர்
+91 82480 94200

20 புத்தகங்கள் எழுதியுள்ளேன்

விருதுகள் பல பெற்றுள்ளேன்.

கதை , கவிதை, கட்டுரை, நாவல் பொன்மொழி, நாடகம் எழுதுவேன்.

என்

எழுத்து

என் மூச்சுள்ள வரை
என் வாசிப்பே
என் சுவாசிப்பு
என்றும்
எழுதிக் கொண்டிருக்க வே
என் ஆசை

நான் திருமணமே செய்து கொள்ளாத பெண்மணி என்பதில் எனக்கு மகிழ்வே.

என் எழுத்துக்கு முழு ஒத்துழைப்பு கொடுப்பவர்கள் என் பெற்றோர்களே.

தந்தை
கா சுப்ரமணியன் _ தாசில்தார் - ஓய்வு

தாய்.
சு. கிருஷ்ணவேணி

என் பெற்றோர்களே
என்
எழுத்துக்கும்
எனக்கும் முழு ஒத்துழைப்பு தருகின்றவர்கள் என்பதில் எனக்கு மகிழ்ச்சியே.

நான் ரோமா ரேடியோ
என்ற பெயரில் எஃப் எம் ஆரம்பித்துள்ளேன்.

என்
எழுத்து
என் ரோமா வானொலி மூலம்
எங்கும் ஒலிக்க
எட்டு திக்கும் ஒலிக்க
என் ஆவல்.

பெண்களை
பெரிதாக நினைத்துப்
பெரும் மகிழ்ச்சியடைந்து
பெருமைப் படுத்த வேண்டும்.

முற்போக்கு எழுத்தாளர்
வி.எஸ். ரோமா
Roma Radio
கோயம்புத்தூர்
+91 82480 94200வாசகர்ளால் நான்
வாசகர்களுக்காக நான்

முற்போக்கு எழுத்தாளர் வி.எஸ்.ரோமா - கோயம்புத்தூர்
+91 82480 94200
20 புத்தகங்கள் எழுதியுள்ளேன்
விருதுகள் பல பெற்றுள்ளேன்.
கதை , கவிதை, கட்டுரை, நாவல் பொன்மொழி, நாடகம்
எழுதுவேன்.

என்
எழுத்து
என் மூச்சுள்ள வரை
என் வாசிப்பே
என் சுவாசிப்பு
என்றும்
எழுதிக் கொண்டிருக்க வே
என் ஆசை

நான் திருமணமே செய்து கொள்ளாத பெண்மணி என்பதில் எனக்கு மகிழ்வே.

என் எழுத்துக்கு முழு ஒத்துழைப்பு கொடுப்பவர்கள் என் பெற்றோர்களே.

தந்தை
கா சுப்ரமணியன் _ தாசில்தார் - ஓய்வு

தாய்.
சு. கிருஷ்ணவேணி

என் பெற்றோர்களே
என்
எழுத்துக்கும்
எனக்கும் முழு ஒத்துழைப்பு தருகின்றவர்கள் என்பதில் எனக்கு மகிழ்ச்சியே.

நான் ரோமா ரேடியோ
என்ற பெயரில் எஃப் எம் ஆரம்பித்துள்ளேன்.

என்
எழுத்து
என் ரோமா வானொலி மூலம்
எங்கும் ஒலிக்க
எட்டு திக்கும் ஒலிக்க
என் ஆவல்.

பெண்களை
பெரிதாக நினைத்துப்
பெரும் மகிழ்ச்சியடைந்து
பெருமைப் படுத்த வேண்டும்.

முற்போக்கு எழுத்தாளர்
வி.எஸ். ரோமா
Roma Radio
கோயம்புத்தூர்
+91 82480 94200

www.ingramcontent.com/pod-product-compliance
Lightning Source LLC
LaVergne TN
LVHW041718060526
838201LV00043B/796
9781638733881